I0374444

TRANZLATY

Language is for everyone

ภาษาเป็นสิ่งที่ทุกคนต้องการ

Aladdin and the Wonderful Lamp

อะลาดินกับตะเกียงมหัศจรรย์

Antoine Galland

ออองตวน กัลแลนด์

English / ไทย

Copyright © 2025 Tranzlaty
All rights reserved
Published by Tranzlaty
ISBN: 978-1-83566-935-8
Original text by Antoine Galland
From *''Les mille et une nuits''*
First published in French in 1704
Taken from The Blue Fairy Book
Collected and translated by Andrew Lang
www.tranzlaty.com

Once upon a time there lived a poor tailor
กาลครั้งหนึ่งมีช่างตัดเสื้อยากจนคนหนึ่งอาศัยอยู่
this poor tailor had a son called Aladdin
ช่างตัดเสื้อผู้น่าสงสารคนนี้มีลูกชายชื่ออะลาดิน
Aladdin was a careless, idle boy who did nothing
อะลาดินเป็นเด็กหนุ่มที่ไม่ใส่ใจและไม่ทำอะไรเลย
although, he did like to play ball all day long
แม้ว่าเขาจะชอบเล่นบอลตลอดทั้งวันก็ตาม
this he did in the streets with other little idle boys
เขาทำแบบนี้กับเด็กขี้เกียจคนอื่นๆ บนถนน
This so grieved the father that he died
เรื่องนี้ทำให้บิดาเสียใจมากจนเสียชีวิต
his mother cried and prayed, but nothing helped
แม่ของเขาได้ร้องไห้และภาวนา แต่ก็ไม่มีอะไรช่วยได้
despite her pleading, Aladdin did not mend his ways
แม้ว่าเธอจะอ้อนวอน แต่อะลาดินก็ไม่ได้ปรับปรุงตัวเขา
One day, Aladdin was playing in the streets, as usual
วันหนึ่งอะลาดินก็เล่นอยู่บนถนนเหมือนเช่นเคย
a stranger asked him his age
คนแปลกหน้าถามอายุของเขา
and he asked him, "are you not the son of Mustapha the tailor?"
และท่านถามเขาว่า
"ท่านไม่ใช่ลูกชายของมุสตาฟาช่างตัดเสื้อหรือ?"
"I am the son of Mustapha, sir," replied Aladdin
"ผมเป็นลูกชายของมุสตาฟาครับท่าน" อะลาดินตอบ
"but he died a long time ago"
"แต่เขาเสียชีวิตไปนานแล้ว"

the stranger was a famous African magician
คนแปลกหน้าเป็นนักมายากลชาวแอฟริกันชื่อดัง
and he fell on his neck and kissed him
แล้วเขาก็ก้มลงจูบคอของเขา
"I am your uncle," said the magician
"ฉันเป็นลุงของคุณ" นักมายากลกล่าว
"I knew you from your likeness to my brother"
"ฉันรู้จักคุณจากความเหมือนของคุณกับพี่ชายของฉัน"
"Go to your mother and tell her I am coming"
"ไปหาแม่ของคุณแล้วบอกเธอว่าฉันจะมา"
Aladdin ran home and told his mother of his newly found uncle
อะลาดินวิ่งกลับบ้านและบอกแม่ของเขาเกี่ยวกับลุงที่เพิ่งพบใหม่ของเขา
"Indeed, child," she said, "your father had a brother"
"จริงนะลูก" เธอกล่าว "พ่อของคุณมีพี่ชาย"
"but I always thought he was dead"
"แต่ฉันคิดเสมอว่าเขาตายไปแล้ว"
However, she prepared supper for the visitor
อย่างไรก็ตามเธอได้เตรียมอาหารเย็นไว้ให้กับผู้มาเยี่ยม
and she bade Aladdin to seek his uncle
และเธอสั่งให้อะลาดินไปหาลุงของเขา
Aladdin's uncle came laden with wine and fruit
ลุงของอะลาดินมาพร้อมไวน์และผลไม้
He fell down and kissed the place where Mustapha used to sit
เขาล้มลงจูบที่ซึ่งมุสตาฟาเคยนั่งอยู่
and he bid Aladdin's mother not to be surprised

และเขาสั่งแม่ของอะลาดินไม่ให้ประหลาดใจ
he explained he had been out of the country for forty years
เขาอธิบายว่าเขาอยู่ต่างประเทศมาสี่สิบปีแล้ว
He then turned to Aladdin and asked him his trade
จากนั้นเขาก็หันไปหาอะลาดินและถามเขาว่าอาชีพของเขาคืออะไ
ร
but the boy hung his head in shame
แต่เด็กชายกลับก้มหน้าด้วยความละอาย
and his mother burst into tears
และแม่ของเขาก็ร้องไห้ออกมา
so Aladdin's uncle offered to provide food
ลุงของอะลาดินจึงเสนอที่จะเตรียมอาหารให้
The next day he bought Aladdin a fine set of clothes
วันรุ่งขึ้นเขาซื้อชุดเสื้อผ้าสวยๆ ให้กับอะลาดิน
and he took him all over the city
และพาเขาไปทั่วเมือง
he showed him the sights of the city
เขาพาเขาชมทัศนียภาพของเมือง
at nightfall he brought him home to his mother
เมื่อตกค่ำเขาก็พาเขากลับบ้านไปหาแม่ของเขา
his mother was overjoyed to see her son so well dressed
แม่ของเขาดีใจมากที่ได้เห็นลูกชายแต่งตัวได้ดีมาก
The next day the magician led Aladdin into some beautiful gardens
วันรุ่งขึ้น นักมายากลพาอะลาดินเข้าไปในสวนที่สวยงาม
this was a long way outside the city gates
นี่เป็นทางยาวออกจากประตูเมือง
They sat down by a fountain

พวกเขานั่งลงข้างน้ำพุ
and the magician pulled a cake from his girdle
และนักมายากลก็ดึงเค้กออกจากเข็มขัดของเขา
he divided the cake between the two of them
เขาแบ่งเค้กให้ทั้งสองคน
Then they journeyed onward till they almost reached the mountains
จากนั้นพวกเขาก็เดินทางต่อไปจนถึงเกือบถึงภูเขา
Aladdin was so tired that he begged to go back
อะลาดินเหนื่อยมากจนเขาขอร้องให้กลับไป
but the magician beguiled him with pleasant stories
แต่จอมเวทย์ได้หลอกล่อเขาด้วยเรื่องราวอันน่ารื่นรมย์
and he led him on in spite of his laziness
และเขาก็นำเขาไปแม้ว่าเขาจะขี้เกียจก็ตาม
At last they came to two mountains
ในที่สุดพวกเขาก็มาถึงภูเขาสองลูก
the two mountains were divided by a narrow valley
ภูเขาทั้งสองถูกแบ่งด้วยหุบเขาแคบ ๆ
"We will go no farther," said the false uncle
"เราจะไม่ไปต่ออีกแล้ว" ลุงจอมปลอมกล่าว
"I will show you something wonderful"
"ฉันจะแสดงสิ่งมหัศจรรย์บางอย่างให้คุณดู"
"gather up sticks, while I kindle a fire"
"เก็บกิ่งไม้มา ส่วนฉันก่อไฟ"
When the fire was lit the magician threw a powder on it
เมื่อไฟถูกจุดขึ้นนักมายากลก็โรยผงลงไป
and he said some magical words
และเขาก็พูดคำวิเศษบางคำ

The earth trembled a little and opened in front of them
แผ่นดินสั่นสะเทือนเล็กน้อยและเปิดออกต่อหน้าพวกเขา
a square flat stone revealed itself
หินแบนเหลี่ยมเผยตัวออกมา
and in the middle of the stone was a brass ring
และตรงกลางหินนั้นมีแหวนทองเหลืองอยู่
Aladdin tried to run away
อะลาดินพยายามวิ่งหนี
but the magician caught him
แต่จอมเวทย์ก็จับเขาได้
and gave him a blow that knocked him down
และได้โจมตีจนล้มลง
"What have I done, uncle?" he said, piteously
"ฉันทำอะไรผิดไปลุง" เขากล่าวอย่างน่าสงสาร
the magician said more kindly, "Fear nothing, but obey me"
นักมายากลกล่าวอย่างใจดีว่า "อย่ากลัวเลย แต่จงเชื่อฟังฉัน"
"Beneath this stone lies a treasure which is to be yours"
"ใต้ก้อนหินนี้มีสมบัติอันล้ำค่าที่จะเป็นของคุณ"
"and no one else may touch this treasure"
"และไม่มีใครอื่นจะแตะต้องสมบัติชิ้นนี้ได้"
"so you must do exactly as I tell you"
"ดังนั้นคุณต้องทำตามที่ฉันบอกทุกประการ"
At the mention of treasure Aladdin forgot his fears
เมื่อพูดถึงสมบัติ อลาดินก็ลืมความกลัวของเขาไป
he grasped the ring as he was told
เขาคว้าแหวนไว้ตามที่เขาบอก
and he said the names of his father and grandfather
และเขาก็บอกชื่อพ่อและปู่ของเขา

The stone came up quite easily
หินก็ขึ้นมาได้ง่ายมาก

and some steps appeared in front of them
และมีบันไดบางขั้นปรากฏอยู่ตรงหน้าพวกเขา

"Go down," said the magician
"ลงไป" นักมายากลกล่าว

"at the foot of those steps you will find an open door"
"ที่เชิงบันไดนั้นท่านจะพบประตูเปิดอยู่"

"the door leads into three large halls"
"ประตูนี้จะนำคุณไปสู่ห้องโถงขนาดใหญ่สามห้อง"

"Tuck up your gown and go through the halls"
"เก็บชุดคลุมของคุณให้เรียบร้อย แล้วเดินไปตามโถงทางเดิน"

"make sure not to touch anything"
"ต้องแน่ใจว่าจะไม่แตะต้องสิ่งใดๆ"

"if you touch anything, you will instantly die"
"ถ้าคุณสัมผัสอะไร คุณจะตายทันที"

"These halls lead into a garden of fine fruit trees"
"ห้องโถงเหล่านี้เปิดไปสู่สวนผลไม้อันสวยงาม"

"Walk on until you reach a gap in the terrace"
"เดินต่อไปจนมาถึงช่องว่างบนระเบียง"

"there you will see a lighted lamp"
"ที่นั่นคุณจะเห็นโคมไฟส่องสว่าง"

"Pour out the oil of the lamp"
"เทน้ำมันออกจากตะเกียงเสีย"

"and then bring me the lamp"
"แล้วนำตะเกียงมาให้ฉัน"

He drew a ring from his finger and gave it to Aladdin
เขาดึงแหวนออกจากนิ้วแล้วส่งให้กับอะลาดิน

and he bid him to prosper
และท่านก็สั่งให้เขาเจริญรุ่งเรือง
Aladdin found everything as the magician had said
อะลาดินพบทุกสิ่งอย่างที่นักมายากลบอก
he gathered some fruit off the trees
เขาเก็บผลไม้จากต้นไม้บ้าง
and, having got the lamp, he arrived at the mouth of the cave
และเมื่อได้ตะเกียงแล้ว เขาก็มาถึงปากถ้ำ
The magician cried out in a great hurry
นักมายากลร้องตะโกนด้วยความรีบร้อน
"Make haste and give me the lamp"
"จงรีบนำตะเกียงมาให้ฉัน"
Aladdin refused to do this until he was out of the cave
อะลาดินปฏิเสธที่จะทำเช่นนี้จนกระทั่งเขาออกจากถ้ำ
The magician flew into a terrible rage
นักมายากลโกรธจัดมาก
he threw some more powder on to the fire
เขาโยนดินปืนเพิ่มเข้าไปในกองไฟ
and then he cast another magic spell
แล้วเขาก็ร่ายเวทย์มนตร์อีกครั้ง
and the stone rolled back into its place
และหินก็กลิ้งกลับเข้าที่เดิม
The magician left Persia for ever
นักมายากลออกจากเปอร์เซียไปตลอดกาล
this plainly showed that he was no uncle of Aladdin's
นี่แสดงให้เห็นชัดเจนว่าเขาไม่ใช่อาของอะลาดิน
what he really was was a cunning magician
จริงๆแล้วเขาเป็นนักมายากลที่เจ้าเล่ห์

a magician who had read of a magic lamp
นักมายากลที่เคยอ่านเรื่องตะเกียงวิเศษ

a magic lamp which would make him the most powerful man in the world
ตะเกียงวิเศษที่จะทำให้เขาเป็นผู้ชายที่ทรงพลังที่สุดในโลก

but he alone knew where to find the magic lamp
แต่เขาเท่านั้นที่รู้ว่าจะหาตะเกียงวิเศษได้ที่ไหน

and he could only receive the magic lamp from the hand of another
และเขาสามารถรับตะเกียงวิเศษจากมือของคนอื่นได้เท่านั้น

He had picked out the foolish Aladdin for this purpose
เขาเลือกอะลาดินผู้โง่เขลามาเพื่อจุดประสงค์นี้

he had intended to get the magical lamp and kill him afterwards
เขาตั้งใจจะเอาตะเกียงวิเศษไปฆ่าเสียภายหลัง

For two days Aladdin remained in the dark
อะลาดินอยู่ในความมืดเป็นเวลาสองวัน

he cried and lamented his situation
เขาร้องไห้และคร่ำครวญถึงสถานการณ์ของเขา

At last he clasped his hands in prayer
ในที่สุดเขาก็ประนมมืออธิษฐาน

and in so doing he rubbed the ring
และเมื่อทำเช่นนั้นแล้ว เขาก็ถูแหวน

the magician had forgotten to take the ring back from him
นักมายากลลืมเอาแหวนคืนจากเขาไป

Immediately an enormous and frightful genie rose out of the earth
ทันใดนั้นยักษ์ยักษ์ที่น่ากลัวก็โผล่ออกมาจากพื้นดิน

"What would thou have me do?"

“ท่านต้องการให้ฉันทำอย่างไร?”

"I am the Slave of the Ring"

“ข้าคือทาสแห่งแหวน”

"and I will obey thee in all things"

“และฉันจะเชื่อฟังคุณในทุกสิ่ง”

Aladdin fearlessly replied: "Deliver me from this place!"

อะลาดินตอบอย่างไม่เกรงกลัว: "โปรดช่วยฉันจากที่นี่ด้วย!"

and the earth opened above him

และแผ่นดินก็เปิดออกเหนือเขา

and he found himself outside

แล้วเขาก็พบว่าตัวเองอยู่ข้างนอก

As soon as his eyes could bear the light he went home

เมื่อตาของเขาสามารถรับแสงได้ เขาก็กลับบ้าน

but he fainted when he got there

แต่เขาถึงที่นั่นก็หมดสติไป

When he came to himself he told his mother what had happened

เมื่อเขารู้สึกตัว เขาก็เล่าให้แม่ฟังถึงเรื่องที่เกิดขึ้น

and he showed her the lamp

และเขาได้แสดงตะเกียงให้เธอเห็น

and he showed her the fruits he had gathered in the garden

และเขาให้เธอดูผลไม้ที่เขาเก็บได้ในสวน

the fruits were, in reality, precious stones

ผลไม้เป็นอัญมณีล้ำค่าจริงๆ

He then asked for some food

จากนั้นเขาก็ขออาหารบ้าง

"Alas! child," she said

“โอ้ ลูกเอ๊ย” เธอกล่าว

"I have no food in the house"
"ฉันไม่มีอาหารกินในบ้าน"
"but I have spun a little cotton"
"แต่ฉันก็ปั่นฝ้ายมาบ้างแล้ว"
"and I will go and sell the cotton"
"แล้วฉันจะไปขายฝ้าย"
Aladdin bade her keep her cotton
อะลาดินสั่งให้เธอเก็บผ้าฝ้ายของเธอไว้
he told her he would sell the magic lamp instead of the cotton
เขาบอกเธอว่าเขาจะขายตะเกียงวิเศษแทนฝ้าย
As it was very dirty she began to rub the magic lamp
เพราะมันสกปรกมาก เธอจึงเริ่มถูตะเกียงวิเศษ
a clean magic lamp might fetch a higher price
ตะเกียงวิเศษที่สะอาดอาจมีราคาสูงกว่า
Instantly a hideous genie appeared
ทันใดนั้นยักษ์ยักษ์ก็ปรากฏตัวขึ้น
he asked what she would like to have
เขาถามว่าเธออยากได้อะไร
at the sight of the genie she fainted
เมื่อเห็นยักษ์จินนีเธอก็หมดสติไป
but Aladdin, snatching the magic lamp, said boldly:
แต่อะลาดินคว้าตะเกียงวิเศษแล้วพูดอย่างกล้าหาญว่า
"Fetch me something to eat!"
"เอาอะไรมาให้ฉันกินหน่อยสิ!"
The genie returned with a silver bowl
ยักษ์กลับมาพร้อมกับชามเงิน
he had twelve silver plates containing rich meats

เขามีจานเงินสิบสองใบที่บรรจุเนื้อสัตว์อันอุดมสมบูรณ์
and he had two silver cups and two bottles of wine
และเขามีถ้วยเงินสองใบและขวดไวน์สองขวด
Aladdin's mother, when she came to herself, said:
แม่ของอะลาดินเมื่อเธอกลับมาเป็นตัวเองก็กล่าวว่า:
"Whence comes this splendid feast?"
"งานเลี้ยงอันโอ่อ่านี้มาจากไหน?"
"Ask not where this food came from, but eat, mother," replied Aladdin
"อย่าถามว่าอาหารนี้มาจากไหน แต่จงกินเถอะแม่" อะลาดินตอบ
So they sat at breakfast till it was dinner-time
พวกเขาจึงนั่งรับประทานอาหารเช้าจนถึงเวลาอาหารเย็น
and Aladdin told his mother about the magic lamp
และอะลาดินเล่าเรื่องตะเกียงวิเศษให้แม่ฟัง
She begged him to sell the magic lamp
เธอขอร้องให้เขาขายตะเกียงวิเศษ
"let us have nothing to do with devils"
"อย่าไปยุ่งกับปีศาจอีก"
but Aladdin had thought it would be wiser to use the magic lamp
แต่อะลาดินคิดว่ามันคงจะฉลาดกว่าถ้าใช้ตะเกียงวิเศษ
"chance hath made us aware of the magic lamp's virtues"
"โอกาสทำให้เราตระหนักถึงคุณธรรมของตะเกียงวิเศษ"
"we will use the magic lamp, and we will use the ring"
"เราจะใช้ตะเกียงวิเศษ และเราจะใช้แหวน"
"I shall always wear the ring on my finger"
"ฉันจะสวมแหวนไว้ที่นิ้วของฉันเสมอ"
When they had eaten all the genie had brought, Aladdin sold one of the silver plates

เมื่อพวกเขากินของที่จินนี่นำมาจนหมดแล้ว
อะลาดินก็ขายจานเงินใบหนึ่ง
and when he needed money again he sold the next plate
และเมื่อเขาต้องการเงินอีกครั้งเขาก็ขายจานถัดไป
he did this until no plates were left
เขาทำแบบนี้จนกระทั่งไม่มีจานเหลืออยู่เลย
He then made another wish to the genie
จากนั้นเขาก็ขอพรต่อยักษ์อีกครั้ง
and the genie gave him another set of plates
และยักษ์จินนี่ก็มอบจานอีกชุดหนึ่งให้กับเขา
and in this way they lived for many years
และพวกเขาก็อยู่อย่างนี้มาหลายปี
One day Aladdin heard an order from the Sultan
วันหนึ่งอะลาดินได้ยินคำสั่งจากสุลต่าน
everyone was to stay at home and close their shutters
ทุกคนต้องอยู่บ้านและปิดหน้าต่าง
the Princess was going to and from her bath
เจ้าหญิงกำลังจะไปและกลับจากอ่างอาบน้ำของเธอ
Aladdin was seized by a desire to see her face
อะลาดินเกิดความปรารถนาอยากเห็นหน้าเธอ
although it was very difficult to see her face
แม้ว่าการมองเห็นหน้าเธอเป็นเรื่องยากมาก
because everywhere she went she wore a veil
เพราะทุกที่ที่เธอไปเธอจะสวมผ้าคลุมหน้า
He hid himself behind the door of the bath
เขาซ่อนตัวอยู่หลังประตูห้องอาบน้ำ
and he peeped through a chink in the door
และเขามองผ่านช่องว่างของประตู

The Princess lifted her veil as she went in to the bath
เจ้าหญิงทรงยกผ้าคลุมขึ้นขณะที่เสด็จเข้าไปในอ่างอาบน้ำ
and she looked so beautiful that Aladdin instantly fell in love with her
และเธอก็ดูสวยมากจนอะลาดินตกหลุมรักเธอทันที
He went home so changed that his mother was frightened
เขากลับบ้านไปเปลี่ยนไปจนแม่ตกใจกลัว
He told her he loved the Princess so deeply that he could not live without her
เขาบอกกับเธอว่าเขารักเจ้าหญิงมากจนไม่อาจมีชีวิตอยู่ได้หากไม่มีเธอ
and he wanted to ask her in marriage of her father
และเขาต้องการที่จะขอเธอแต่งงานกับพ่อของเธอ
His mother, on hearing this, burst out laughing
แม่ของเขาได้ยินดังนั้นก็หัวเราะออกมา
but Aladdin finally convinced her to go to the Sultan
แต่ในที่สุดอะลาดินก็โน้มน้าวให้เธอไปหาสุลต่านได้
and she was going to carry his request
และเธอจะทำตามคำร้องขอของเขา
She fetched a napkin and laid in it the magic fruits
นางหยิบผ้าเช็ดปากแล้ววางผลไม้วิเศษลงไป
the magic fruits from the enchanted garden
ผลไม้วิเศษจากสวนแห่งมนต์เสน่ห์
the fruits sparkled and shone like the most beautiful jewels
ผลไม้สุกสว่างเป็นประกายดุจอัญมณีที่งดงามที่สุด
She took the magic fruits with her to please the Sultan
นางนำผลไม้วิเศษไปด้วยเพื่อเอาใจสุลต่าน
and she set out, trusting in the lamp

แล้วนางก็ออกเดินทางโดยวางใจในตะเกียง

The Grand Vizier and the lords of council had just gone into the palace

มหาเสนาบดีและขุนนางสภาเพิ่งเข้าไปในพระราชวัง

and she placed herself in front of the Sultan

และนางก็วางตนอยู่ตรงหน้าสุลต่าน

He, however, took no notice of her

แต่เขาไม่ได้สนใจเธอเลย

She went every day for a week

เธอไปทุกวันเป็นเวลาหนึ่งสัปดาห์

and she stood in the same place

และเธอก็ยืนอยู่ที่เดิม

When the council broke up on the sixth day the Sultan said to his Vizier:

เมื่อสภาแตกสลายในวันที่ 6

สุลต่านจึงกล่าวกับอัครมหาเสนาบดีของพระองค์ว่า:

"I see a certain woman in the audience-chamber every day"

"ผมเห็นผู้หญิงคนหนึ่งในห้องฟังทุกวัน"

"she is always carrying something in a napkin"

"เธอมักจะพกอะไรติดตัวไว้ในผ้าเช็ดปากเสมอ"

"Call her to come to us, next time"

"คราวหน้าจะเรียกให้มาหาเราอีก"

"so that I may find out what she wants"

"เพื่อว่าฉันจะได้รู้ว่าเธอต้องการอะไร"

Next day the Vizier gave her a sign

วันรุ่งขึ้น เสนาบดีได้ให้สัญญาณแก่เธอ

she went up to the foot of the throne

เธอเดินขึ้นไปถึงเชิงบัลลังก์

and she remained kneeling till the Sultan spoke to her
และนางก็คุกเข่าอยู่จนกระทั่งสุลต่านตรัสกับนาง
"Rise, good woman, tell me what you want"
"ลุกขึ้นเถอะหญิงดี บอกฉันมาว่าเธอต้องการอะไร"
She hesitated, so the Sultan sent away all but the Vizier
นางลังเลใจจึงส่งสุลต่านไปทั้งหมด ยกเว้นแต่เสนาบดี
and he bade her to speak frankly
และเขาสั่งให้เธอพูดออกไปตรงๆ
and he promised to forgive her for anything she might say
และเขาสัญญาว่าจะให้อภัยเธอในทุกสิ่งที่เธอพูด
She then told him of her son's great love for the Princess
แล้วนางก็เล่าให้เขาฟังถึงความรักอันยิ่งใหญ่ที่ลูกชายของนางมีต่อเจ้าหญิง
"I prayed for him to forget her," she said
"ฉันภาวนาขอให้เขาลืมเธอ" เธอกล่าว
"but my prayers were in vain"
"แต่คำอธิษฐานของฉันกลับไร้ผล"
"he threatened to do some desperate deed if I refused to go"
"เขาขู่ว่าจะทำเรื่องเลวร้ายบางอย่างถ้าฉันปฏิเสธที่จะไป"
"and so I ask your Majesty for the hand of the Princess"
"และข้าพเจ้าจึงขอพระหัตถ์ของเจ้าหญิงจากฝ่าบาท"
"but now I pray you to forgive me"
"แต่ตอนนี้ฉันขอร้องให้คุณยกโทษให้ฉันด้วย"
"and I pray that you forgive my son Aladdin"
"และข้าพเจ้าขอวิงวอนให้ท่าน โปรดอภัยให้แก่ลูกชายของข้าพเจ้าด้วย อลาดิน"
The Sultan asked her kindly what she had in the napkin
สุลต่านจึงถามเธออย่างใจดีว่าเธอมีอะไรอยู่ในผ้าเช็ดปาก

so she unfolded the napkin
แล้วเธอก็กางผ้าเช็ดปากออก
and she presented the jewels to the Sultan
และนางก็ได้นำเครื่องเพชรไปถวายแด่สุลต่าน
He was thunderstruck by the beauty of the jewels
เขาตะลึงในความงดงามของอัญมณี
and he turned to the Vizier and asked, "What sayest thou?"
แล้วเขาหันไปหาเสนาบดีแล้วถามว่า "ท่านว่าอย่างไร?"
"Ought I not to bestow the Princess on one who values her at such a price?"
"ข้าพเจ้าไม่ควรจะมอบเจ้าหญิงให้แก่ผู้ที่เห็นคุณค่าของเธอในราคาเช่นนี้หรือ?"
The Vizier wanted her for his own son
มหาเสนาบดีต้องการเธอไว้เป็นลูกชายของตนเอง
so he begged the Sultan to withhold her for three months
จึงได้ขอร้องให้สุลต่านกักขังนางไว้สามเดือน
perhaps within the time his son would contrive to make a richer present
บางทีในระหว่างนั้นลูกชายของเขาอาจจะคิดหาของขวัญที่ร่ำรวยกว่านี้
The Sultan granted the wish of his Vizier
สุลต่านทรงประทานความปรารถนาของเสนาบดี
and he told Aladdin's mother that he consented to the marriage
และเขาบอกกับแม่ของอะลาดินว่าเขายินยอมที่จะแต่งงาน
but she was not allowed appear before him again for three months
แต่เธอไม่ได้รับอนุญาตให้มาปรากฏตัวต่อเขาอีกเป็นเวลาสามเดือ

น

Aladdin waited patiently for nearly three months

อะลาดินรอคอยอย่างอดทนมาเกือบสามเดือน

after two months had elapsed his mother went to go to the market

เมื่อผ่านไปสองเดือนแม่ของเขาจึงไปตลาด

she was going into the city to buy oil

เธอกำลังจะเข้าเมืองไปซื้อน้ำมัน

when she got to the market she found every one rejoicing

เมื่อเธอไปถึงตลาดก็พบว่าทุกคนกำลังมีความสุขกัน

so she asked what was going on

แล้วเธอก็ถามว่าเกิดอะไรขึ้น

"Do you not know?" was the answer

"คุณไม่รู้หรือ?" เป็นคำตอบ

"the son of the Grand Vizier is to marry the Sultan's daughter tonight"

"ลูกชายของมหาเสนาบดีจะแต่งงานกับลูกสาวของสุลต่านคืนนี้"

Breathless, she ran and told Aladdin

เธอวิ่งออกไปอย่างหอบและบอกอะลาดิน

at first Aladdin was overwhelmed

ตอนแรกอะลาดินก็รู้สึกท่วมท้น

but then he thought of the magic lamp and rubbed it

แต่แล้วเขาก็คิดถึงตะเกียงวิเศษและถูมัน

once again the genie appeared out of the lamp

ยักษ์จินนี่ปรากฏตัวออกมาจากโคมไฟอีกครั้ง

"What is thy will?" asked the genie

"เจ้ามีพระประสงค์อะไร" ยักษ์จินนี่ถาม

"The Sultan, as thou knowest, has broken his promise to me"

"สุลต่านทรงผิดสัญญาต่อข้าพเจ้าอย่างที่ท่านทราบ"
"the Vizier's son is to have the Princess"
"ลูกชายของเสนาบดีจะได้เจ้าหญิง"
"My command is that tonight you bring the bride and bridegroom"
"คำสั่งของฉันคือว่าคืนนี้เธอจงพาเจ้าสาวและเจ้าบ่าวมาด้วย"
"Master, I obey," said the genie
"ท่านเจ้าข้า ข้าพเจ้าเชื่อฟัง" ยักษ์จินนี่กล่าว
Aladdin then went to his chamber
จากนั้นอะลาดินก็ไปที่ห้องของเขา
sure enough, at midnight the genie transported a bed
แน่ล่ะ เที่ยงคืนยักษ์ก็ขนเตียงมา
and the bed contained the Vizier's son and the Princess
และเตียงนั้นบรรจุพระโอรสของเสนาบดีและเจ้าหญิง
"Take this new-married man, genie," he said
"รับชายที่เพิ่งแต่งงานใหม่คนนี้ไปซะ จินนี่" เขากล่าว
"put him outside in the cold for the night"
"เอาเขาออกไปข้างนอกในที่เย็นตลอดคืน"
"then return the couple again at daybreak"
"แล้วพาคู่นั้นกลับมาอีกครั้งในตอนรุ่งสาง"
So the genie took the Vizier's son out of bed
ยักษ์จินนี่จึงพาลูกชายของเสนาบดีออกจากเตียง
and he left Aladdin with the Princess
และเขาทิ้งอะลาดินไว้กับเจ้าหญิง
"Fear nothing," Aladdin said to her, "you are my wife"
"อย่ากลัวเลย" อะลาดินพูดกับเธอ "เธอเป็นภรรยาของฉัน"
"you were promised to me by your unjust father"
"คุณได้รับสัญญาจากพ่อผู้ไม่ยุติธรรมของคุณแล้ว"

"and no harm shall come to you"
"และจะไม่มีอันตรายใด ๆ เกิดขึ้นกับคุณ"
The Princess was too frightened to speak
เจ้าหญิงกลัวจนพูดไม่ออก
and she passed the most miserable night of her life
และเธอได้ผ่านคืนที่น่าเศร้าที่สุดในชีวิตของเธอไป
although Aladdin lay down beside her and slept soundly
แม้ว่าอะลาดินจะนอนลงข้างๆ เธอและหลับสบาย
At the appointed hour the genie fetched in the shivering bridegroom
เมื่อถึงเวลาที่กำหนด ยักษ์จินนีก็เข้ามาหาเจ้าบ่าวที่กำลังสั่นเทิ้ม
he laid him in his place
พระองค์ทรงวางเขาไว้ในที่ของเขา
and he transported the bed back to the palace
แล้วเขาก็ขนเตียงนั้นกลับเข้าไปในวัง
Presently the Sultan came to wish his daughter good-morning
ทันใดนั้นสุลต่านก็เสด็จมาอวยพรอรุณสวัสดิ์ลูกสาวของพระองค์
The unhappy Vizier's son jumped up and hid himself
ลูกชายของวิเซียร์ผู้โศกเศร้ากระโดดขึ้นไปซ่อนตัว
and the Princess would not say a word
และเจ้าหญิงก็ไม่พูดอะไรสักคำ
and she was very sorrowful
และนางก็เศร้าโศกมาก
The Sultan sent her mother to her
สุลต่านส่งแม่ของเธอมาหาเธอ
"Why will you not speak to your father, child?"
"ทำไมลูกถึงไม่พูดกับพ่อล่ะ?"
"What has happened?" she asked

"เกิดอะไรขึ้น" เธอกล่าวถาม

The Princess sighed deeply

เจ้าหญิงถอนหายใจยาว

and at last she told her mother what had happened

และในที่สุดเธอก็เล่าให้แม่ฟังถึงสิ่งที่เกิดขึ้น

she told her how the bed had been carried into some strange house

เธอเล่าให้ฟังว่าเตียงนั้นถูกขนเข้าไปในบ้านแปลก ๆ แห่งหนึ่ง

and she told of what had happened in the house

และเธอได้เล่าถึงเหตุการณ์ที่เกิดขึ้นในบ้าน

Her mother did not believe her in the least

แม่ของเธอไม่เชื่อเธอเลยแม้แต่น้อย

and she bade her to consider it an idle dream

และนางก็สั่งให้นางถือว่านั่นเป็นเพียงความฝันลมๆ แล้งๆ

The following night exactly the same thing happened

คืนต่อมาก็เกิดเหตุการณ์เดียวกันอีก

and the next morning the princess wouldn't speak either

และเช้าวันรุ่งขึ้นเจ้าหญิงก็ไม่พูดอะไรเช่นกัน

on the Princess's refusal to speak, the Sultan threatened to cut off her head

เมื่อเจ้าหญิงปฏิเสธที่จะพูด สุลต่านจึงขู่ว่าจะตัดศีรษะของเธอ

She then confessed all that had happened

แล้วเธอก็สารภาพเรื่องราวที่เกิดขึ้นทั้งหมด

and she bid him to ask the Vizier's son

และนางก็สั่งให้เขาไปถามลูกชายของเสนาบดี

The Sultan told the Vizier to ask his son

สุลต่านบอกให้เสนาบดีไปถามลูกชายของตน

and the Vizier's son told the truth

และลูกชายของเสนาบดีก็พูดความจริง

he added that he dearly loved the Princess

เขาเสริมว่าเขารักเจ้าหญิงมาก

"but I would rather die than go through another such fearful night"

"แต่ฉันขอตายดีกว่าที่จะต้องเจอกับค่ำคืนอันน่าหวาดกลัวเช่นนี้อีก"

and he wished to be separated from her, which was granted

และเขาปรารถนาจะแยกจากเธอซึ่งก็ได้รับอนุญาต

and then there was an end to the feasting and rejoicing

แล้วการเลี้ยงฉลองรื่นเริงก็สิ้นสุดลง

then the three months were over

แล้วสามเดือนก็ผ่านไป

Aladdin sent his mother to remind the Sultan of his promise

อะลาดินส่งแม่ของเขาไปเตือนสุลต่านถึงคำสัญญาของเขา

She stood in the same place as before

เธอยังคงยืนอยู่ที่เดิมเช่นเดิม

the Sultan had forgotten Aladdin

สุลต่านลืมอะลาดินไปแล้ว

but at once he remembered him again

แต่ทันใดนั้นเขาก็จำเขาได้อีกครั้ง

and he asked for her to come to him

แล้วเขาก็ขอให้เธอมาหาเขา

On seeing her poverty the Sultan felt less inclined than ever to keep his word

เมื่อเห็นความยากจนของเธอ

สุลต่านก็รู้สึกไม่เต็มใจที่จะรักษาคำพูดของตนอีกต่อไป

and he asked his Vizier's advice

และเขาขอคำแนะนำจากเสนาบดีของเขา
he counselled him to set a high value on the Princess
เขาแนะนำให้เขาตั้งมูลค่าของเจ้าหญิงให้สูง
a price so high that no man alive could come afford her
ราคาที่สูงมากจนไม่มีชายใดในโลกสามารถหามาซื้อได้
The Sultan then turned to Aladdin's mother, saying:
สุลต่านจึงหันไปหาแม่ของอะลาดินแล้วกล่าวว่า:
"Good woman, a Sultan must remember his promises"
"สตรีที่ดี สุลต่านต้องจดจำคำสัญญาของตน"
"and I will remember my promise"
"และฉันจะจดจำคำสัญญาของฉัน"
"but your son must first send me forty basins of gold"
"แต่ลูกชายของคุณต้องส่งอ่างทองคำสี่สิบอ่างมาให้ฉันก่อน"
"and the gold basins must be full of jewels"
"และอ่างทองนั้นย่อมเต็มไปด้วยเพชรพลอย"
"and they must be carried by forty black camels"
"และจะต้องใช้อูฐดำสี่สิบตัวบรรทุกไป"
"and in front of each black camel there is to be a white camel"
"และข้างหน้าอูฐดำแต่ละตัวจะต้องมีอูฐขาวหนึ่งตัว"
"and all the camels are to be splendidly dressed"
"และอูฐทุกตัวจะต้องแต่งตัวให้สวยงาม"
"Tell him that I await his answer"
"บอกเขาไปว่าฉันกำลังรอคำตอบจากเขาอยู่"
The mother of Aladdin bowed low
แม่ของอะลาดินก้มตัวลงต่ำ
and then she went home
แล้วเธอก็กลับบ้าน

although she thought all was lost
แม้ว่าเธอจะคิดว่าทุกอย่างสูญหายไปแล้ว
She gave Aladdin the message
เธอมอบข้อความให้กับอะลาดิน
and she added, "He may wait long enough for your answer!"
และเธอกล่าวเสริมว่า "เขาอาจจะรอคำตอบของคุณนานพอ!"
"Not so long as you think, mother," her son replied
"ไม่นานเท่าที่แม่คิด" ลูกชายของเธอตอบ
"I would do a great deal more than that for the Princess"
"ฉันจะทำอะไรมากกว่านั้นเพื่อเจ้าหญิงได้มาก"
and he summoned the genie again
และเขาก็เรียกยักษ์กลับมาอีกครั้ง
and in a few moments the eighty camels arrived
และไม่กี่นาทีต่อมา อูฐแปดสิบตัวก็มาถึง
and they took up all space in the small house and garden
และพวกเขาก็ใช้พื้นที่ในบ้านและสวนเล็ก ๆ ทั้งหมด
Aladdin made the camels set out to the palace
อะลาดินสั่งให้อูฐออกเดินทางไปยังพระราชวัง
and the camels were followed by his mother
และแม่ของเขาเดินตามอูฐไปด้วย
The camels were very richly dressed
อูฐก็แต่งตัวหรูหรามาก
and splendid jewels were on the girdles of the camels
และเข็มขัดอูฐก็มีเครื่องเพชรอันวิจิตรงดงาม
and everyone crowded around to see the camels
และทุกคนก็มุงดูอูฐกัน
and they saw the basins of gold the camels carried on their backs

และเห็นอ่างทองที่อูฐบรรทุกอยู่บนหลัง
They entered the palace of the Sultan
พวกเขาได้เข้าไปในพระราชวังของสุลต่าน
and the camels kneeled before him in a semi circle
และอูฐเหล่านั้นก็คุกเข่าลงต่อพระพักตร์พระองค์เป็นครึ่งวงกลม
and Aladdin's mother presented the camels to the Sultan
และแม่ของอะลาดินก็นำอูฐไปถวายแด่สุลต่าน
He hesitated no longer, but said:
เขาไม่ลังเลอีกต่อไปแต่กล่าวว่า:
"Good woman, return to your son"
"หญิงดี กลับไปหาลูกชายของคุณเถอะ"
"tell him that I wait for him with open arms"
"บอกเขาว่าฉันรอเขาด้วยอ้อมแขนเปิดกว้าง"
She lost no time in telling Aladdin
เธอไม่เสียเวลาในการบอกอะลาดิน
and she bid him to make haste
และนางก็สั่งให้เขาเร่งรีบ
But Aladdin first called for the genie
แต่ก่อนอื่นอะลาดินเรียกยักษ์จินนี่
"I want a scented bath," he said
"ผมอยากอาบน้ำที่มีกลิ่นหอม" เขากล่าว
"and I want a horse more beautiful than the Sultan's"
"และฉันอยากได้ม้าที่สวยกว่าของสุลต่าน"
"and I want twenty servants to attend to me"
"และฉันต้องการคนรับใช้ยี่สิบคนมาดูแลฉัน"
"and I also want six beautifully dressed servants to wait on my mother"
"และข้าพเจ้าต้องการคนรับใช้ที่แต่งกายสวยงามหกคนมาคอยรับใ

ชิ้แม่ของข้าพเจ้าด้วย"

"and lastly, I want ten thousand pieces of gold in ten purses"
"และสุดท้ายนี้
ข้าพเจ้าต้องการทองคำจำนวนหนึ่งหมื่นเหรียญในกระเป๋าสตางค์สิบใบ"

No sooner had he said what he wanted and it was done
ไม่ทันได้เอ่ยปากขอสิ่งใดก็เสร็จเรียบร้อย

Aladdin mounted his beautiful horse
อะลาดินขึ้นหลังม้าแสนสวยของเขา

and he passed through the streets
และเขาก็ผ่านไปตามถนน

the servants cast gold into the crowd as they went
คนรับใช้ก็โยนทองลงไปในฝูงชนขณะที่พวกเขาเดินไป

Those who had played with him in his childhood knew him not
ผู้ที่เคยเล่นกับเขาในวัยเด็กไม่รู้จักเขา

he had grown very handsome
เขาเติบโตมาหล่อมาก

When the Sultan saw him he came down from his throne
เมื่อสุลต่านเห็นเขา เขาก็ลงจากบัลลังก์

he embraced his new son-in-law with open arms
เขาโอบกอดลูกเขยคนใหม่ของเขาด้วยอ้อมแขนที่เปิดกว้าง

and he led him into a hall where a feast was spread
แล้วพาเขาเข้าไปในห้องโถงซึ่งมีงานเลี้ยงฉลองอยู่

he intended to marry him to the Princess that very day
เขาตั้งใจจะแต่งงานกับเจ้าหญิงในวันนั้นเอง

But Aladdin refused to marry straight away
แต่อะลาดินก็ปฏิเสธที่จะแต่งงานทันที

"first I must build a palace fit for the princess"
"ก่อนอื่นข้าจะต้องสร้างพระราชวังให้เหมาะสมกับเจ้าหญิงก่อน"
and then he took his leave
แล้วเขาก็ลาไป
Once home, he said to the genie:
เมื่อกลับถึงบ้าน เขาก็พูดกับยักษ์จินนี่ว่า:
"Build me a palace of the finest marble"
"สร้างวังหินอ่อนอันวิจิตรงดงามให้แก่ข้าพเจ้า"
"set the palace with jasper, agate, and other precious stones"
"ประดับพระราชวังด้วยหินเจสเปอร์ หินอะเกต และอัญมณีมีค่าอื่นๆ"
"In the middle of the palace you shall build me a large hall with a dome"
"จงสร้างห้องโถงใหญ่มีโดมไว้กลางพระราชวังให้ฉัน"
"the four walls of the hall will be of masses of gold and silver"
"ผนังทั้งสี่ด้านของห้องโถงนั้นจะทำด้วยทองและเงินเป็นจำนวนมาก"
"and each wall will have six windows"
"และผนังแต่ละด้านจะมีหน้าต่าง 6 บาน"
"and the lattices of the windows will be set with precious jewels"
"และจะประดับลูกกรงหน้าต่างด้วยอัญมณีอันล้ำค่า"
"but there must be one window that is not decorated"
"แต่ต้องมีหน้าต่างบานหนึ่งที่ยังไม่ได้ตกแต่ง"
"go see that it gets done!"
"ไปดูสิว่ามันเสร็จไหม!"
The palace was finished by the next day

พระราชวังเสร็จสิ้นภายในวันรุ่งขึ้น
the genie carried him to the new palace
ยักษ์จินนี่พาเขาไปยังพระราชวังใหม่
and he showed him how all his orders had been faithfully carried out
และท่านได้แสดงให้ชายผู้นั้นเห็นว่าคำสั่งของท่านได้ปฏิบัติตามอย่างซื่อสัตย์
even a velvet carpet had been laid from Aladdin's palace to the Sultan's
แม้แต่พรมกำมะหยี่ก็ถูกปูตั้งแต่พระราชวังของอะลาดินไปจนถึงพระราชวังของสุลต่าน
Aladdin's mother then dressed herself carefully
แม่ของอะลาดินจึงแต่งตัวอย่างระมัดระวัง
and she walked to the palace with her servants
และนางก็เดินไปยังพระราชวังพร้อมกับคนรับใช้ของนาง
and Aladdin followed her on horseback
และอะลาดินก็ขี่ม้าตามเธอไป
The Sultan sent musicians with trumpets and cymbals to meet them
สุลต่านส่งนักดนตรีพร้อมแตรและฉาบมาต้อนรับพวกเขา
so the air resounded with music and cheers
อากาศก็เต็มไปด้วยเสียงดนตรีและเสียงเชียร์
She was taken to the Princess, who saluted her
เธอถูกนำตัวไปหาเจ้าหญิงซึ่งให้ความเคารพเธอ
and she treated her with great honour
และเธอได้ปฏิบัติต่อเธอด้วยเกียรติยศอันยิ่งใหญ่
At night the Princess said good-bye to her father
ในเวลากลางคืนเจ้าหญิงได้กล่าวคำอำลาบิดาของเธอ

and she set out on the carpet for Aladdin's palace
และนางก็ออกเดินบนพรมไปยังวังของอะลาดิน
his mother was at her side
แม่ของเขาอยู่เคียงข้างเธอ
and they were followed by their entourage of servants
และมีบริวารติดตามไปด้วย
She was charmed at the sight of Aladdin
เธอรู้สึกประทับใจเมื่อเห็นอะลาดิน
and Aladdin ran to receive her into the palace
และอะลาดินก็วิ่งไปรับเธอเข้าวัง
"Princess," he said, "blame your beauty for my boldness"
"เจ้าหญิง" เขากล่าว

"จงโทษความงามของคุณสำหรับความกล้าหาญของฉัน"
"I hope I have not displeased you"
"ฉันหวังว่าฉันคงไม่ได้ทำให้คุณไม่พอใจ"
she said she willingly obeyed her father in this matter
เธอบอกว่าเธอเชื่อฟังพ่อของเธอโดยเต็มใจในเรื่องนี้
because she had seen that he is handsome
เพราะเธอเห็นว่าเขาหล่อ
After the wedding had taken place Aladdin led her into the hall
หลังจากงานแต่งงานเสร็จสิ้น อะลาดินก็พาเธอเข้าไปในห้องโถง
a great feast was spread out in the hall
มีงานเลี้ยงใหญ่จัดขึ้นในห้องโถง
and she supped with him
และเธอก็รับประทานอาหารเย็นกับเขา
after eating they danced till midnight
หลังจากรับประทานอาหารแล้วพวกเขาก็เต้นรำจนถึงเที่ยงคืน

The next day Aladdin invited the Sultan to see the palace
วันรุ่งขึ้น อะลาดินได้เชิญสุลต่านไปเยี่ยมชมพระราชวัง

they entered the hall with the four-and-twenty windows
พวกเขาเข้าไปในห้องโถงที่มีหน้าต่างบานละสี่สิบสี่บาน

the windows were decorated with rubies, diamonds, and emeralds
หน้าต่างได้รับการประดับด้วยทับทิม เพชร และมรกต

he cried, "The palace is one of the wonders of the world!"
เขาร้องว่า "พระราชวังแห่งนี้เป็นหนึ่งในสิ่งมหัศจรรย์ของโลก!"

"There is only one thing that surprises me"
"มีสิ่งเดียวที่ทำให้ฉันแปลกใจ"

"Was it by accident that one window was left unfinished?"
"การที่หน้าต่างบานหนึ่งถูกทิ้งไว้ไม่เสร็จเป็นเรื่องบังเอิญใช่หรือไม่?"

"No, sir, it was done so by design," replied Aladdin
"ไม่ใช่หรอกท่าน มันเป็นไปโดยตั้งใจ" อะลาดินตอบ

"I wished your Majesty to have the glory of finishing this palace"
"ข้าพเจ้าปรารถนาให้ฝ่าบาททรงมีพระเกียรติสร้างพระราชวังนี้ให้สำเร็จ"

The Sultan was pleased to be given this honour
สุลต่านรู้สึกยินดีที่ได้รับเกียรตินี้

and he sent for the best jewellers in the city
และเขาส่งคนไปตามช่างอัญมณีที่เก่งที่สุดในเมือง

He showed them the unfinished window
เขาพาพวกเขาไปดูหน้าต่างที่ยังสร้างไม่เสร็จ

and he bade them to decorate the window like the others
และทรงสั่งให้ตกแต่งหน้าต่างเหมือนอย่างคนอื่น

"Sir," replied their spokesman
"ท่านครับ" โฆษกของพวกเขาตอบ
"we cannot find enough jewels"
"เราไม่สามารถหาอัญมณีได้เพียงพอ"
so the Sultan had his own jewels fetched
สุลต่านจึงได้นำอัญมณีของพระองค์เองมา
but those jewels were soon used up too
แต่เครื่องประดับเหล่านั้นก็หมดไปในไม่ช้าเช่นกัน
even after a month's time the work was not half done
แม้จะผ่านไปหนึ่งเดือนแล้ว งานก็ยังทำไม่เสร็จครึ่งหนึ่ง
Aladdin knew that their task was impossible
อะลาดินรู้ว่างานของพวกเขาเป็นไปไม่ได้
he bade them to undo their work
เขาสั่งให้พวกเขาเลิกทำสิ่งที่ทำอยู่
and he bade them to carry the jewels back
แล้วทรงสั่งให้เขาทั้งหลายนำเครื่องเพชรกลับไป
the genie finished the window at his command
ยักษ์จินนี่ปิดหน้าต่างตามคำสั่งของเขา
The Sultan was surprised to receive his jewels again
สุลต่านประหลาดใจเมื่อได้รับอัญมณีของเขาอีกครั้ง
he visited Aladdin, who showed him the finished window
เขาไปเยี่ยมอะลาดินและแสดงหน้าต่างที่เสร็จแล้วให้เขาดู
and the Sultan embraced his son in law
และสุลต่านก็โอบกอดลูกเขยของตน
meanwhile, the envious Vizier suspected the work of enchantment
ในขณะเดียวกัน
เสนาบดีผู้ริษยาก็สงสัยถึงการกระทำของเวทมนตร์

Aladdin had won the hearts of the people by his gentle manner
อะลาดินได้ชนะใจผู้คนด้วยกิริยามารยาทอันอ่อนโยนของเขา

He was made captain of the Sultan's armies
เขาได้รับแต่งตั้งให้เป็นกัปตันกองทัพของสุลต่าน

and he won several battles for his army
และเขาได้ชัยชนะในศึกหลายครั้งเพื่อกองทัพของเขา

but he remained as modest and courteous as before
แต่เขาก็ยังคงสุภาพอ่อนน้อมเหมือนเดิม

in this way he lived in peace and content for several years
ด้วยวิธีนี้เขาจึงได้อยู่อย่างสงบสุขและมีความสุขอยู่หลายปี

But far away in Africa the magician remembered Aladdin
แต่ในแอฟริกาอันไกลโพ้น นักมายากลได้รำลึกถึงอะลาดิน

and by his magic arts he discovered Aladdin hadn't perished in the cave
และด้วยศาสตร์มนตร์ขลังของเขา

เขาจึงค้นพบว่าอะลาดินไม่ได้ตายในถ้ำ

but instead of perishing, he had escaped and married the princess
แต่แทนที่จะตาย เขากลับหนีและแต่งงานกับเจ้าหญิง

and now he was living in great honour and wealth
และบัดนี้เขาก็ได้ดำรงชีวิตอยู่ด้วยความมีเกียรติและมั่งคั่งมาก

He knew that the poor tailor's son could only have accomplished this by means of the magic lamp
เขารู้ว่าลูกชายช่างตัดเสื้อผู้เคราะห์ร้ายจะประสบความสำเร็จได้ก็ด้วยตะเกียงวิเศษเท่านั้น

and he travelled night and day until he reached the city
และเขาเดินทางทั้งกลางวันกลางคืนจนกระทั่งถึงเมือง

he was bent on making sure of Aladdin's ruin

เขาตั้งใจแน่วแน่ที่จะทำให้แน่ใจว่าอะลาดินจะพินาศ

As he passed through the town he heard people talking

ขณะที่เขาผ่านเมืองนั้นเขาได้ยินคนพูดคุยกัน

all they could talk about was the marvellous palace

พวกเขาพูดคุยได้แต่เรื่องพระราชวังอันแสนวิเศษเท่านั้น

"Forgive my ignorance," he asked

"โปรดยกโทษให้ฉันที่ไม่รู้" เขาถาม

"what is this palace you speak of?"

"นี่คือพระราชวังที่คุณพูดถึงหรือ?"

"Have you not heard of Prince Aladdin's palace?" was the reply

"เจ้าไม่เคยได้ยินเรื่องพระราชวังของเจ้าชายอะลาดินหรือ?" เป็นคำตอบ

"the palace is one of the greatest wonders of the world"

"พระราชวังแห่งนี้เป็นหนึ่งในสิ่งมหัศจรรย์อันยิ่งใหญ่ที่สุดของโลก"

"I will direct you to the palace, if you would like to see it"

"ฉันจะพาคุณไปดูพระราชวัง หากท่านต้องการชม"

The magician thanked him for bringing him to the palace

นักมายากลขอบคุณเขาที่พาเขามาที่พระราชวัง

and having seen the palace, he knew that it had been built by the Genie of the Lamp

และเมื่อเห็นพระราชวังแล้ว เขาก็รู้ว่าพระราชวังนั้นถูกสร้างโดยยักษ์แห่งตะเกียง

this made him half mad with rage

มันทำให้เขาโกรธจนแทบคลั่ง

He was determined to get hold of the magic lamp

เขาตั้งใจที่จะคว้าตะเกียงวิเศษมาให้ได้

and he was going to plunge Aladdin into the deepest poverty again
และเขาจะพาอะลาดินจมดิ่งลงสู่ความยากจนข้นแค้นอีกครั้ง
Unluckily, Aladdin had gone on a hunting trip for eight days
โชคร้ายที่อะลาดินได้ออกล่าสัตว์เป็นเวลาแปดวัน
this gave the magician plenty of time
นี่ทำให้ผู้วิเศษมีเวลาเหลือเฟือ
He bought a dozen copper lamps
เขาซื้อโคมไฟทองแดงมาหนึ่งโหล
and he put the copper lamps into a basket
แล้วเขาก็เอาตะเกียงทองแดงใส่ในตะกร้า
and then he went to the palace
แล้วเขาก็ไปที่พระราชวัง
"New lamps for old lamps!" he exclaimed
"โคมไฟใหม่สำหรับโคมไฟเก่า!" เขาอุทาน
and he was followed by a jeering crowd
และมีฝูงชนโห่ร้องตามมา
The Princess was sitting in the hall of four-and-twenty windows
เจ้าหญิงประทับนั่งอยู่ในห้องโถงที่มีหน้าต่างบานละยี่สิบสี่บาน
she sent a servant to find out what the noise was about
เธอจึงส่งคนรับใช้ไปหาว่าเสียงนั้นคืออะไร
the servant came back laughing so much that the Princess scolded her
คนรับใช้กลับมาหัวเราะมากจนเจ้าหญิงดุเธอ
"Madam," replied the servant
"ท่านหญิง" คนรับใช้ตอบ
"who can help but laughing when you see such a thing?"

"ใครจะอดหัวเราะไม่ได้เมื่อเห็นสิ่งเช่นนี้?"

"an old fool is offering to exchange fine new lamps for old lamps"

"คนแก่โง่เขลาคนหนึ่งเสนอที่จะแลกเปลี่ยนโคมไฟใหม่ที่สวยงามกับโคมไฟเก่า"

Another servant, hearing this, spoke up

คนรับใช้คนหนึ่งได้ยินดังนั้นก็พูดขึ้น

"There is an old lamp on the cornice which he can have"

"มีโคมไฟเก่าๆ อยู่ที่ชายคาซึ่งเขาสามารถมีไว้ได้"

this, of course, was the magic lamp

นี่คือตะเกียงวิเศษแน่นอน

Aladdin had left the magic lamp there, as he could not take it with him

อะลาดินทิ้งตะเกียงวิเศษไว้ที่นั่น เพราะเขาเอาไปด้วยไม่ได้

The Princess didn't know know the lamp's value

เจ้าหญิงไม่รู้ค่าของตะเกียง

laughingly, she bade the servant to exchange the magic lamp

นางหัวเราะแล้วสั่งให้คนรับใช้เปลี่ยนตะเกียงวิเศษ

the servant took the lamp to the magician

คนรับใช้เอาตะเกียงไปหาหมอผี

"Give me a new lamp for this lamp," she said

"ให้ฉันเปลี่ยนโคมไฟใหม่ให้กับโคมไฟนี้หน่อย" เธอกล่าว

He snatched the lamp and bade the servant to pick another lamp

เขาคว้าตะเกียงแล้วสั่งให้คนรับใช้ไปหยิบตะเกียงอีกอันหนึ่ง

and the entire crowd jeered at the sight

และฝูงชนทั้งหมดก็โห่ร้องเมื่อเห็นภาพนั้น

but the magician cared little for the crowd

แต่ผู้วิเศษกลับไม่สนใจฝูงชนมากนัก

he left the crowd with the magic lamp he had set out to get

เขาทิ้งฝูงชนไว้กับตะเกียงวิเศษที่เขาตั้งใจจะหยิบมา

and he went out of the city gates to a lonely place

และพระองค์เสด็จออกจากประตูเมืองไปสู่ที่เปลี่ยวแห่งหนึ่ง

there he remained till nightfall

เขาอยู่ที่นั่นจนค่ำ

and at nightfall he pulled out the magic lamp and rubbed it

และเมื่อตกค่ำเขาก็หยิบตะเกียงวิเศษออกมาถู

The genie appeared to the magician

ยักษ์จินนี่ปรากฏตัวให้ผู้วิเศษเห็น

and the magician made his command to the genie

และนักมายากลก็สั่งให้ยักษ์จินนี่

"carry me, the princess, and the palace to a lonely place in Africa"

"พาข้า เจ้าหญิง และพระราชวัง ไปสู่สถานที่เปลี่ยวร้างในแอฟริกา"

Next morning the Sultan looked out of the window toward Aladdin's palace

เช้าวันรุ่งขึ้น

สุลต่านมองออกไปนอกหน้าต่างไปยังพระราชวังของอะลาดิน

and he rubbed his eyes when he saw the palace was gone

และเขาขยี้ตาเมื่อเห็นว่าพระราชวังหายไป

He sent for the Vizier and asked what had become of the palace

เขาส่งคนไปเรียกเสนาบดีมาถามว่าเกิดอะไรขึ้นกับพระราชวัง

The Vizier looked out too, and was lost in astonishment

เสนาบดีมองออกไปด้วยและรู้สึกประหลาดใจ

He again put the events down to enchantment
เขาวางเหตุการณ์นั้นลงด้วยความมหัศจรรย์อีกครั้ง

and this time the Sultan believed him
และครั้งนี้สุลต่านก็เชื่อเขา

he sent thirty men on horseback to fetch Aladdin in chains
เขาส่งคนสามสิบคนขี่ม้าไปนำอะลาดินมาด้วยโซ่ตรวน

They met him riding home
พวกเขาพบเขาขณะขี่รถกลับบ้าน

they bound him and forced him to go with them on foot
พวกเขาจึงมัดเขาและบังคับให้เขาเดินตามไปด้วย

The people, however, who loved him, followed them to the palace
ส่วนคนรักเขาก็ติดตามเขาไปจนถึงพระราชวัง

they would make sure that he came to no harm
พวกเขาจะทำให้แน่ใจว่าเขาจะไม่ได้รับอันตรายใดๆ

He was carried before the Sultan
เขาถูกนำตัวไปเข้าเฝ้าสุลต่าน

and the Sultan ordered the executioner to cut off his head
และสุลต่านจึงสั่งให้เพชฌฆาตตัดศีรษะของเขา

The executioner made Aladdin kneel down before a block of wood
เพชฌฆาตสั่งให้อะลาดินคุกเข่าลงต่อหน้าแท่งไม้

he bandaged his eyes so that he could not see
เขาพันผ้าปิดตาไว้เพื่อไม่ให้มองเห็น

and he raised his scimitar to strike
และเขาก็ยกดาบขึ้นเพื่อฟัน

At that instant the Vizier saw the crowd had forced their way into the courtyard
ทันใดนั้น เสนาบดีเห็นฝูงชนบุกเข้าไปในลานบ้าน

they were scaling the walls to rescue Aladdin
พวกเขากำลังปีนกำแพงเพื่อไปช่วยอะลาดิน
so he called to the executioner to halt
จึงเรียกเพชฌฆาตให้หยุด
The people, indeed, looked so threatening that the Sultan gave way
ผู้คนดูเป็นภัยคุกคามมากจนสุลต่านต้องยอมแพ้
and he ordered Aladdin to be unbound
และทรงออกคำสั่งให้อะลาดินถูกมัด
he pardoned him in the sight of the crowd
พระองค์ทรงยกโทษให้เขาต่อหน้าฝูงชน
Aladdin now begged to know what he had done
ตอนนี้อะลาดินขอร้องให้รู้ว่าเขาทำอะไรลงไป
"False wretch!" said the Sultan, "come thither"
"ไอ้คนชั่ว!" สุลต่านกล่าว "มานี่สิ"
he showed him from the window the place where his palace had stood
พระองค์ทรงชี้ให้เขาเห็นจากหน้าต่างว่าพระราชวังของพระองค์เคยตั้งอยู่
Aladdin was so amazed that he could not say a word
อะลาดินรู้สึกประหลาดใจมากจนพูดอะไรไม่ออก
"Where are my palace and my daughter?" demanded the Sultan
"พระราชวังของฉันและลูกสาวของฉันอยู่ที่ไหน" สุลต่านถาม
"For the palace I am not so deeply concerned"
"สำหรับพระราชวังนั้น ฉันไม่รู้สึกกังวลใจมากนัก"
"but my daughter I must have"
"แต่ลูกสาวของฉันฉันต้องมี"
"and you must find her, or lose your head"

"แล้วคุณจะต้องพบเธอ ไม่เช่นนั้นคุณจะเสียหัว"

Aladdin begged to be granted forty days in which to find her

อะลาดินขอร้องให้เวลาเธอสี่สิบวันเพื่อตามหาเธอ

he promised that if he failed he would return

เขาสัญญาว่าถ้าเขาล้มเหลวเขาจะกลับมา

and on his return he would suffer death at the Sultan's pleasure

และเมื่อกลับมาพระองค์จะต้องทนทุกข์ทรมานถึงแก่ความตายตามพระประสงค์ของสุลต่าน

His prayer was granted by the Sultan

คำอธิษฐานของเขาได้รับการตอบสนองจากสุลต่าน

and he went forth sadly from the Sultan's presence

และเขาออกไปจากที่ประทับของสุลต่านด้วยความเศร้าใจ

For three days he wandered about like a madman

เขาเร่ร่อนไปเหมือนคนบ้าอยู่สามวัน

he asked everyone what had become of his palace

เขาถามทุกคนว่าเกิดอะไรขึ้นกับพระราชวังของเขา

but they only laughed and pitied him

แต่พวกเขากลับหัวเราะและสงสารเขา

He came to the banks of a river

เขาได้มาถึงริมฝั่งแม่น้ำแห่งหนึ่ง

he knelt down to say his prayers before throwing himself in

เขาคุกเข่าลงเพื่อภาวนาก่อนจะโยนตัวเองลงไป

In so doing he rubbed the magic ring he still wore

เมื่อทำเช่นนั้นแล้ว เขาก็ถูแหวนวิเศษที่เขายังคงสวมอยู่

The genie he had seen in the cave appeared

ยักษ์ที่เขาเห็นในถ้ำก็ปรากฏตัวขึ้น

and he asked him what his will was
และพระองค์ก็ทรงถามเขาว่าประสงค์จะสิ่งใด
"Save my life, genie," said Aladdin
"ช่วยชีวิตฉันไว้ ยักษ์จินนี่" อะลาดินกล่าว
"bring my palace back"
"นำพระราชวังของฉันกลับคืนมา"
"That is not in my power," said the genie
"นั่นไม่อยู่ในอำนาจของฉัน" ยักษ์จินนี่กล่าว
"I am only the Slave of the Ring"
"ฉันเป็นเพียงทาสของแหวนเท่านั้น"
"you must ask him for the magic lamp"
"คุณต้องขอตะเกียงวิเศษจากเขา"
"that might be true," said Aladdin
"นั่นอาจจะเป็นจริง" อะลาดินกล่าว
"but thou canst take me to the palace"
"แต่ท่านสามารถพาข้าพเจ้าไปยังพระราชวังได้"
"set me down under my dear wife's window"
"วางฉันไว้ใต้หน้าต่างบ้านภรรยาที่รักของฉัน"
He at once found himself in Africa
เขาพบตัวเองในแอฟริกาทันที
he was under the window of the Princess
เขาอยู่ใต้หน้าต่างของเจ้าหญิง
and he fell asleep out of sheer weariness
และเขาก็ผล็อยหลับไปเพราะความเหนื่อยล้า
He was awakened by the singing of the birds
เขาตื่นขึ้นเพราะเสียงร้องของนก
and his heart was lighter than it was before
และใจเขาก็เบาสบายกว่าแต่ก่อน

He saw that all his misfortunes were due to the loss of the magic lamp
เขาเห็นว่าความโชคร้ายทั้งหมดของเขาเกิดจากการสูญเสียตะเกียงวิเศษ

and he vainly wondered who had robbed him of his magic lamp
และเขาสงสัยอย่างเปล่าประโยชน์ว่าใครเป็นคนขโมยตะเกียงวิเศษของเขาไป

That morning the Princess rose earlier than she normally
เช้าวันนั้นเจ้าหญิงตื่นเช้ากว่าปกติ

once a day she was forced to endure the magicians company
วันละครั้งเธอถูกบังคับให้ทนอยู่กับบริษัทนักมายากล

She, however, treated him very harshly
แต่เธอกลับปฏิบัติกับเขาอย่างรุนแรงมาก

so he dared not live with her in the palace
เขาจึงไม่กล้าอยู่ร่วมวังกับเธอ

As she was dressing, one of her women looked out and saw Aladdin
ขณะที่เธอกำลังแต่งตัวอยู่
ผู้หญิงคนหนึ่งของเธอมองออกไปและเห็นอะลาดิน

The Princess ran and opened the window
เจ้าหญิงวิ่งไปเปิดหน้าต่าง

at the noise she made Aladdin looked up
เมื่อได้ยินเสียงดัง อลาดินก็เงยหน้าขึ้นมอง

She called to him to come to her
เธอเรียกให้เขามาหาเธอ

it was a great joy for the lovers to see each other again
มันเป็นความสุขอย่างยิ่งสำหรับคู่รักที่ได้พบกันอีกครั้ง

After he had kissed her Aladdin said:
หลังจากที่เขาจูบเธอแล้ว อลาดินก็พูดว่า:

"I beg of you, Princess, in God's name"
"ฉันขอร้องคุณ เจ้าหญิง ในพระนามของพระเจ้า"

"before we speak of anything else"
"ก่อนที่เราจะพูดถึงสิ่งอื่นใด"

"for your own sake and mine"
"เพื่อตัวคุณและของฉัน"

"tell me what has become of the old lamp"
"บอกฉันหน่อยสิว่าโคมไฟเก่านั้นกลายเป็นอะไรไปแล้ว"

"I left the lamp on the cornice in the hall of four-and-twenty windows"
"ฉันวางโคมไฟไว้ที่ชายคาในห้องโถงที่มีหน้าต่างบานละสี่สิบสี่บาน"

"Alas!" she said, "I am the innocent cause of our sorrows"
"อนิจจา!" เธอกล่าว
"ฉันไม่ใช่ผู้บริสุทธิ์ที่เป็นต้นเหตุของความโศกเศร้าของเรา"

and she told him of the exchange of the magic lamp
และเธอได้บอกเขาถึงเรื่องการแลกเปลี่ยนตะเกียงวิเศษ

"Now I know," cried Aladdin
"ตอนนี้ฉันรู้แล้ว" อะลาดินร้องออกมา

"we have to thank the magician for this!"
"เราต้องขอบคุณนักมายากลสำหรับเรื่องนี้!"

"Where is the magic lamp?"
"ตะเกียงวิเศษอยู่ที่ไหน?"

"He carries the lamp about with him," said the Princess
"เขานำตะเกียงติดตัวไปด้วย" เจ้าหญิงกล่าว

"I know he carries the lamp with him"

"ฉันรู้ว่าเขาพกตะเกียงติดตัวไปด้วย"

"because he pulled the lamp out of his breast pocket to show me"

"เพราะเขาหยิบโคมไฟออกจากกระเป๋าเสื้อเพื่อแสดงให้ฉันดู"

"and he wishes me to break my faith with you and marry him"

"และเขาต้องการให้ฉันเลิกศรัทธากับคุณและแต่งงานกับเขา"

"and he said you were beheaded by my father's command"

"แล้วท่านก็กล่าวว่าท่านถูกตัดหัวตามคำสั่งของพ่อข้าพเจ้า"

"He is always speaking ill of you"

"เขาชอบพูดจาไม่ดีเกี่ยวกับคุณอยู่เสมอ"

"but I only reply with my tears"

"แต่ฉันตอบเพียงน้ำตาเท่านั้น"

"If I can persist, I doubt not"

"หากฉันยังคงยืนหยัดต่อไปได้ ฉันคงไม่สงสัยเลย"

"but he will use violence"

"แต่เขาจะใช้ความรุนแรง"

Aladdin comforted his wife

อะลาดินปลอบใจภรรยาของเขา

and he left her for a while

แล้วเขาก็ทิ้งเธอไปสักพักหนึ่ง

He changed clothes with the first person he met in town

เขาเปลี่ยนเสื้อผ้ากับคนแรกที่เขาพบในเมือง

and having bought a certain powder, he returned to the Princess

และเมื่อซื้อผงแล้วจึงกลับไปหาเจ้าหญิง

the Princess let him in by a little side door

เจ้าหญิงทรงให้เขาเข้ามาทางประตูข้างเล็กๆ

"Put on your most beautiful dress," he said to her

"จงสวมชุดที่สวยที่สุดของคุณ" เขากล่าวกับเธอ
"receive the magician with smiles today"
"รับนักมายากลด้วยรอยยิ้มวันนี้"
"lead him to believe that you have forgotten me"
"ทำให้เขาเชื่อว่าคุณลืมฉันแล้ว"
"Invite him to sup with you"
"ชวนเขาไปกินข้าวเย็นกับคุณด้วย"
"and tell him you wish to taste the wine of his country"
"และบอกเขาว่าท่านปรารถนาที่จะลิ้มรสไวน์จากบ้านเกิดของเขา"
"He will be gone for some time"
"เขาจะหายไปสักพักหนึ่ง"
"while he is gone I will tell you what to do"
"ในขณะที่เขาไป ฉันจะบอกคุณว่าต้องทำอย่างไร"
She listened carefully to Aladdin
เธอฟังอะลาดินอย่างตั้งใจ
and when he left she arrayed herself beautifully
และเมื่อเขาจากไปเธอก็แต่งตัวสวยงาม
she hadn't dressed like this since she had left her city
เธอไม่ได้แต่งตัวแบบนี้มาตั้งแต่เธอออกจากเมืองไปแล้ว
She put on a girdle and head-dress of diamonds
นางสวมเข็มขัดและเครื่องประดับศีรษะที่ทำด้วยเพชร
she was more beautiful than ever
เธอสวยกว่าที่เคย
and she received the magician with a smile
และเธอก็รับนักมายากลด้วยรอยยิ้ม
"I have made up my mind that Aladdin is dead"
"ฉันตัดสินใจแล้วว่าอะลาดินตายแล้ว"
"my tears will not bring him back to me"

"น้ำตาของฉันไม่สามารถนำเขากลับมาหาฉันได้"

"so I am resolved to mourn no more"

"ฉันจึงตั้งใจว่าจะไม่โศกเศร้าอีกต่อไป"

"therefore I invite you to sup with me"

"เพราะฉะนั้นฉันขอเชิญคุณมาทานอาหารเย็นกับฉัน"

"but I am tired of the wines we have"

"แต่ฉันเบื่อไวน์ที่เรามีแล้ว"

"I would like to taste the wines of Africa"

"ฉันอยากลิ้มรสไวน์ของแอฟริกา"

The magician ran to his cellar

นักมายากลวิ่งไปที่ห้องใต้ดินของเขา

and the Princess put the powder Aladdin had given her in her cup

และเจ้าหญิงก็เทผงที่อะลาดินให้มาลงในถ้วยของเธอ

When he returned she asked him to drink to her health

เมื่อเขากลับมาเธอก็ขอให้เขาดื่มน้ำเพื่อสุขภาพของเธอ

and she handed him her cup in exchange for his

และเธอก็ส่งถ้วยของเธอให้เขาเพื่อแลกกับ

this was done as a sign to show she was reconciled to him

นี่ทำไปเพื่อเป็นการแสดงว่าเธอคืนดีกับเขาแล้ว

Before drinking the magician made her a speech

ก่อนจะดื่มนักมายากลก็ได้กล่าวสุนทรพจน์แก่เธอ

he wanted to praise her beauty

เขาอยากสรรเสริญความงามของเธอ

but the Princess cut him short

แต่เจ้าหญิงก็ตัดเขาให้สั้นลง

"Let us drink first"

"มาดื่มกันก่อน"

"and you shall say what you will afterwards"
"แล้วเจ้าจะพูดสิ่งที่เจ้าจะพูดภายหลัง"
She set her cup to her lips and kept it there
เธอวางถ้วยของเธอไว้บนริมฝีปากของเธอและเก็บมันไว้ที่นั่น
the magician drained his cup to the dregs
นักมายากลดื่มจนหมดถ้วย
and upon finishing his drink he fell back lifeless
และเมื่อดื่มหมดแล้วก็ล้มลงอย่างหมดแรง
The Princess then opened the door to Aladdin
จากนั้นเจ้าหญิงก็เปิดประตูให้อะลาดิน
and she flung her arms round his neck
และเธอก็เหวี่ยงแขนของเธอไปรอบคอของเขา
but Aladdin asked her to leave him
แต่อะลาดินขอให้เธอทิ้งเขาไป
there was still more to be done
ยังมีอะไรอีกมากมายที่ต้องทำ
He then went to the dead magician
แล้วเขาก็ไปหาคนตายที่เป็นหมอผี
and he took the lamp out of his vest
แล้วเขาก็เอาตะเกียงออกจากเสื้อกั๊กของเขา
he bade the genie to carry the palace back
เขาสั่งให้ยักษ์นำพระราชวังกลับคืนมา
the Princess in her chamber only felt two little shocks
เจ้าหญิงในห้องของเธอรู้สึกถึงความตกใจเพียงเล็กน้อยสองครั้ง
in little time she was at home again
ไม่นานเธอก็ถึงบ้านอีกครั้ง
The Sultan was sitting on his balcony
สุลต่านกำลังประทับนั่งอยู่บนระเบียงของพระองค์

he was mourning for his lost daughter
เขากำลังโศกเศร้าเสียใจกับการสูญเสียลูกสาวของเขา
he looked up and had to rub his eyes again
เขามองขึ้นมาแล้วต้องขยี้ตาอีกครั้ง
the palace stood there as it had before
พระราชวังยังคงตั้งอยู่เช่นเดิม
He hastened over to the palace to see his daughter
เขาจึงรีบไปยังพระราชวังเพื่อไปพบลูกสาว
Aladdin received him in the hall of the palace
อะลาดินรับเขาไว้ที่ห้องโถงของพระราชวัง
and the princess was at his side
และเจ้าหญิงก็อยู่เคียงข้างเขา
Aladdin told him what had happened
อะลาดินเล่าให้เขาฟังถึงสิ่งที่เกิดขึ้น
and he showed him the dead body of the magician
และได้แสดงศพของนักมายากลให้เขาเห็น
so that the Sultan would believe him
เพื่อว่าสุลต่านจะได้เชื่อเขา
A ten days' feast was proclaimed
มีการประกาศให้มีการฉลองเป็นเวลาสิบวัน
and it seemed as if Aladdin might now live the rest of his life in peace
และดูเหมือนว่าอะลาดินจะได้ใช้ชีวิตที่เหลืออย่างสงบสุข
but his life was not to be as peaceful as he had hoped
แต่ชีวิตของเขากลับไม่สงบสุขดังที่เขาหวังไว้
The African magician had a younger brother
นักมายากลชาวแอฟริกันมีน้องชาย
he was maybe even more wicked and cunning than his brother

เขาอาจจะชั่วร้ายและเจ้าเล่ห์กว่าพี่ชายของเขาด้วยซ้ำ

He travelled to Aladdin to avenge his brother's death

เขาเดินทางไปหาอะลาดินเพื่อล้างแค้นให้กับการตายของพี่ชายของเขา

he went to visit a pious woman called Fatima

เขาไปเยี่ยมหญิงผู้เคร่งศาสนาคนหนึ่งชื่อฟาติมา

he thought she might be of use to him

เขาคิดว่าเธออาจจะมีประโยชน์กับเขา

He entered her cell and put a dagger to her breast

เขาเข้าไปในห้องขังของเธอแล้วแทงมีดเข้าที่หน้าอกของเธอ

then he told her to rise and do his bidding

แล้วเขาก็บอกให้เธอลุกขึ้นทำตามคำสั่งของเขา

and if she didn't he said he would kill her

และถ้าเธอไม่ทำ เขาก็บอกว่าเขาจะฆ่าเธอ

He changed his clothes with her

เขาเปลี่ยนเสื้อผ้ากับเธอ

and he coloured his face like hers

และเขาก็ทำให้หน้าของเขามีสีเหมือนของเธอ

he put on her veil so that he looked just like her

เขาเอาผ้าคลุมหน้าให้เธอเพื่อให้ดูเหมือนเธอจริงๆ

and finally he murdered her despite her compliance

และสุดท้ายเขาก็ฆ่าเธอแม้ว่าเธอจะเชื่อฟังก็ตาม

so that she could tell no tales

เพื่อที่เธอจะได้ไม่เล่าเรื่องราวอะไร

Then he went towards the palace of Aladdin

จากนั้นเขาก็เดินไปยังพระราชวังอะลาดิน

all the people thought he was the holy woman

คนทั้งหลายต่างคิดว่าเขาเป็นสตรีศักดิ์สิทธิ์

they gathered round him to kiss his hands
พวกเขามารวมตัวกันรอบ ๆ เขาเพื่อจูบมือของเขา
and they begged for his blessing
และพวกเขาก็ขอพรจากพระองค์
When he got to the palace there was a great commotion around him
เมื่อพระองค์เสด็จมาถึงพระราชวังก็เกิดความโกลาหลวุ่นวายไปทั่ว
the princess wanted to know what all the noise was about
เจ้าหญิงอยากรู้ว่าเสียงที่ดังนั่นหมายถึงอะไร
so she bade her servant to look out of the window
นางจึงสั่งให้คนรับใช้มองออกไปนอกหน้าต่าง
and her servant asked what the noise was all about
และคนรับใช้ของเธอก็ถามว่าเสียงนั้นมันเรื่องอะไร
she found out it was the holy woman causing the commotion
เธอพบว่าผู้หญิงศักดิ์สิทธิ์คือผู้ที่ก่อให้เกิดความวุ่นวาย
she was curing people of their ailments by touching them
เธอรักษาอาการเจ็บป่วยของผู้คนด้วยการสัมผัส
the Princess had long desired to see Fatima
เจ้าหญิงทรงปรารถนาที่จะพบฟาติมาเป็นเวลานานแล้ว
so she got her servant to ask her into the palace
นางจึงให้คนรับใช้พาเข้าไปในวัง
and the false Fatima accepted the offer into the palace
และฟาติมาปลอมก็รับข้อเสนอเข้าวัง
the magician offered up a prayer for her health and prosperity
นักมายากลอธิษฐานขอให้เธอมีสุขภาพแข็งแรงและเจริญรุ่งเรือง
the Princess made him sit by her

เจ้าหญิงทรงให้เขานั่งข้างเธอ

and she begged him to stay with her

และเธอก็ขอร้องให้เขาอยู่กับเธอ

The false Fatima wished for nothing better

ฟาติมาปลอมไม่ปรารถนาสิ่งใดที่ดีไปกว่านี้

and she consented to the princess' wish

และนางก็ยอมทำตามความปรารถนาของเจ้าหญิง

but he kept his veil down

แต่เขายังคงปิดผ้าคลุมไว้

because he knew that he would be discovered otherwise

เพราะเขารู้ว่าเขาจะถูกค้นพบด้วยวิธีอื่น

The Princess showed him the hall

เจ้าหญิงทรงพาเขาชมห้องโถง

and she asked him what he thought of the hall

และเธอก็ถามเขาว่าเขาคิดอย่างไรกับห้องโถงนี้

"It is a truly beautiful hall," said the false Fatima

"เป็นห้องโถงที่สวยงามจริงๆ" ฟาติมาปลอมกล่าว

"but in my mind your palace still wants one thing"

"แต่ในใจฉัน พระราชวังของคุณยังต้องการสิ่งหนึ่งอยู่"

"And what is it that my palace is missing?" asked the Princess

"แล้วพระราชวังของฉันขาดอะไรไปล่ะ" เจ้าหญิงถาม

"If only a Roc's egg were hung up from the middle of this dome"

"ถ้าเพียงแต่แขวนไข่ของร็อคไว้ตรงกลางโดมนี้"

"then your palace would be the wonder of the world," he said

"ถ้าอย่างนั้น พระราชวังของคุณก็จะเป็นสิ่งมหัศจรรย์ของโลก"

เขากล่าว

After this the Princess could think of nothing but the Roc's egg

หลังจากนี้ เจ้าหญิงไม่คิดถึงสิ่งอื่นใดนอกจากไข่ของร็อค

when Aladdin returned from hunting he found her in a very ill humour

เมื่ออะลาดินกลับมาจากการล่าสัตว์ เขาพบว่าเธออารมณ์ไม่ดีเลย

He begged to know what was amiss

เขาขอร้องให้รู้ว่ามีอะไรผิดปกติ

and she told him what had spoiled her pleasure

และเธอได้บอกเขาถึงสิ่งที่ทำให้เธอไม่มีความสุข

"I'm made miserable for the want of a Roc's egg"

"ผมต้องทุกข์ใจเพราะขาดไข่ของ Roc"

"If that is all you want you shall soon be happy," replied Aladdin

"หากนั่นคือสิ่งที่คุณต้องการ คุณจะมีความสุขในไม่ช้า"

อะลาดินตอบ

he left her and rubbed the lamp

เขาทิ้งเธอไว้แล้วถูตะเกียง

when the genie appeared he commanded him to bring a Roc's egg

เมื่อยักษ์จินนี่ปรากฏตัว เขาก็สั่งให้ยักษ์จินนี่นำไข่ของร็อกมา

The genie gave such a loud and terrible shriek that the hall shook

ยักษ์จินนีส่งเสียงร้องดังและน่ากลัวมากจนห้องโถงสั่นสะเทือน

"Wretch!" he cried, "is it not enough that I have done everything for you?"

"ไอ้เวร!" เขาร้องขึ้น

"การที่ฉันทำทุกอย่างเพื่อคุณมันยังไม่เพียงพออีกหรือ?"

"but now you command me to bring my master"
“แต่บัดนี้ท่านสั่งให้ข้าพเจ้าพาเจ้านายของข้าพเจ้ามา”
"and you want me to hang him up in the midst of this dome"
“แล้วคุณต้องการให้ฉันแขวนเขาไว้กลางโดมนี้เหรอ”
"You and your wife and your palace deserve to be burnt to ashes"
“ท่านและภริยาของท่านและพระราชวังของท่านสมควรจะถูกเผาเป็นเถ้าถ่าน”
"but this request does not come from you"
“แต่คำขอนี้ไม่ได้มาจากคุณ”
"the demand comes from the brother of the magician"
“ความต้องการนั้นมาจากพี่ชายของนักมายากล”
"the magician whom you have destroyed"
“นักมายากลที่คุณทำลาย”
"He is now in your palace disguised as the holy woman"
“ตอนนี้เขาอยู่ในวังของคุณโดยปลอมตัวเป็นสตรีศักดิ์สิทธิ์”
"the real holy woman he has already murdered"
“สตรีศักดิ์สิทธิ์ตัวจริงที่เขาฆ่าไปแล้ว”
"it was him who put that wish into your wife's head"
“เขาเป็นคนใส่ความปรารถนานั้นลงไปในหัวของภรรยาคุณ”
"Take care of yourself, for he means to kill you"
“ดูแลตัวเองให้ดี เพราะเขาตั้งใจจะฆ่าคุณ”
upon saying this, the genie disappeared
เมื่อพูดเช่นนี้ ยักษ์ก็หายไป
Aladdin went back to the Princess
อะลาดินกลับไปหาเจ้าหญิง
he told her that his head ached
เขาบอกเธอว่าเขาปวดหัว

so she requested the holy Fatima to be fetched
นางจึงได้ขอร้องให้นำพระฟาติมาอันศักดิ์สิทธิ์ไป
she could lay her hands on his head
เธอสามารถวางมือของเธอบนหัวของเขาได้
and his headache would be cured by her powers
และอาการปวดหัวของเขาจะหายได้ด้วยพลังของเธอ
when the magician came near Aladdin seized his dagger
เมื่อนักมายากลเข้ามาใกล้ อะลาดินคว้ามีดสั้นของเขา
and he pierced him in the heart
และเขาก็แทงทะลุหัวใจของเขา
"What have you done?" cried the Princess
"ท่านทำอะไรลงไป" เจ้าหญิงร้องถาม
"You have killed the holy woman!"
"คุณได้ฆ่าสตรีศักดิ์สิทธิ์แล้ว!"
"It is not so," replied Aladdin
"ไม่ใช่อย่างนั้น" อะลาดินตอบ
"I have killed a wicked magician"
"ฉันได้ฆ่าพ่อมดผู้ชั่วร้าย"
and he told her of how she had been deceived
และเขาเล่าให้เธอฟังถึงเรื่องที่เธอถูกหลอก
After this Aladdin and his wife lived in peace
หลังจากนี้ อะลาดินและภรรยาก็ใช้ชีวิตกันอย่างสงบสุข
He succeeded the Sultan when he died
เขาได้สืบราชสมบัติต่อจากสุลต่านเมื่อเขาสิ้นพระชนม์
he reigned over the kingdom for many years
พระองค์ทรงครองราชย์อยู่นานหลายปี
and he left behind him a long lineage of kings
และพระองค์ได้ทิ้งราชวงศ์กษัตริย์ไว้เป็นอันมาก

www.ingramcontent.com/pod-product-compliance
Lightning Source LLC
Chambersburg PA
CBHW012009090526
44590CB00026B/3938
* 9 7 8 1 8 3 5 6 6 9 3 5 8 *